વમળ

મિહિર જાગૃતિ વોરા

Made with ♥ on the Notion Press Platform
www.notionpress.com

આ પુસ્તક હું મારા માતા પિતા , મોટા ભાઈ ભાભી
અને નાની પ્રિય ભત્રીજી ને અર્પણ કરું છું .

સામગ્રી

પ્રસ્તાવના

વમળ પુસ્તક માં મેં મારી વિવિધ ગુજરાતી અખબારો માં પ્રસિદ્ધ થયેલ લઘુકથા ને સામેલ કરી છે.

સ્વીકૃતિઓ

વમળ પુસ્તક માં મેં મારી વિવિધ ગુજરાતી અખબારો માં પ્રસિદ્ધ થયેલ લઘુકથા ને સામેલ કરી છે. આ માટે હું તમામ અખબારોના તંત્રી અને સમગ્ર ટીમ નો આભાર માનું છું કે જેમણે મારી લઘુકથા ને સમયસર પ્રસિદ્ધ કરી હતી.

અનુક્રમણિકા

1
માં

બિનિતા નિરાલિ ના પિતા, નું અચાનક મૃત્યુ થયું. એમણે પુત્રીઓ સમજણી થઈ ત્યારથી જ તેમના નિર્ણય જાતે લેવાની આદત પાડી હતી, એમના મૃત્યુ પછી ગોપિબહેને પણ તેમ જ કર્યું. નાનપણથી જ નિરાલિ સીધી, , સરળ અને સંતોષી હતી જ્યારે બિનિતા થોડી વધુ મહાત્વાકાંક્ષી ,જિદ્દી અને નાની હતી.

અભ્યાસ દરમિયાન જ બંને બહેનોને પ્રેમ થયો અને ગોપિબહેને બંનેને તેમની પસંદગીનાં પાત્રો સાથે પરણાવી. નિરાલિ ને પિયુશ સાથે અને બિનિતા ને અંકિત સાથે. બંને ખાધેપીધે સુખી ઘરનાં હતાં. જો અંકિત અને પિયુશ ની સરખામણી કરીએ તો પિયુશ ,અંકિત કરતાં પૈસે ટ્કે સુખિ હતો.. પિતાના મૃત્યુ પછી પિયુશ પિતાનો બીઝનેસ સંભાળતો માતા સાથે બંગલામાં રહેતો હતો અને અંકિત ની સારી કંપનિ માં સારા પગારની નોકરી હતી અને પોતાનો ફ્લેટ હતો.

“જો બિનિતાબેટા, નસીબદાર હોય તેને માતૃત્વ પ્રાપ્ત થાય છે ને તું એને દૂર કરવાની વાત કરે છે ?” મમ્મી હજુ મારે બંગલો બનાવવાનો છે. કાર લેવાની છે. ત્યાં સુધી તો નોકરી કરવી જ પડશે અને બાળકનો જન્મ એટલે ચોવીસ કલાકની જવાબદારી. મારે નોકરી છોડવી જ પડે. એને માટે ગર્ભપાત કરાવવાની શું જરુર છે ? જો બેટા! બંગલો, મોટો ફ્લેટ ,કાર આ બધુ તો આવિ જાસે પણ એક વાર તુ એબોર્શન કરાવિસ તો પછિ મા બનવામા કદાચ તને ભવિષ્ય મા તકલિફ પણ પડે. તારી

સાસુ હોત તો મારે બોલવા જેવું જ ન હોત એ તને આમ કરવા જ દેત."" બાકી છેલ્લો નિર્ણય તો તારો જ હોય.

આ જોને તારી મોટી બહેન નિરાલિ બાળક માટે કેટલા વલખાં મારે છે. બાળક દતક લેવા પણ તૈયાર છે તો પ્રેમાબહેન માનતા નથી. આમ તો નિરાલિને બહુ પ્રેમ કરે એની વાત માને એને વહુ તરીકેનું બધું સન્માન આપે છે એમના જ કહેવા પર ટેસ્ટટ્યુબબેબી માટે પણ બે વાર પ્રયત્નો કર્યા પણ નિષ્ફળ ગયા.

પૈસો છે તો પોસાય. તને તો ભગવાને જ માતા બનવાનો મોકો આપ્યો છે. ""ના મમ્મી, તું ગમે તે કહે પણ મારે અત્યારે આ બાળક જોઇતું જ નથી. એના કરતાં સીધી જઇને એબોર્શન કરાવ્યા પછી જ કહ્યું હોત તો સારું થાત.". બિનિતાએ જ્યારે પોતાની પ્રેગ્નંસીના સમાચાર અંકિતને આપ્યા ત્યારે તે ખૂબ ખુશ થયો પણ બિનિતાને અત્યારે બાળક જોઇતું નહોતું.

એને બંગલામાં રહેવું હતું , કારમાં ફરવું હતું. અંકિત બિનિતાને ખૂબ પ્રેમ કરતો એટલે એને બધી વાતમાં સાથ આપતો પણ આમ બાળકની હત્યા કરવામાં સાથ આપવા માગતો નહોતો એટલે એણે ગોપિબહેનને વાત કરી કે તે બિનિતાને એબોર્શન ન કરાવવા સમજાવે.. અત્યારે ગોપિબહેન બિનિતાને સમજાવતા હતાં પણ બિનિતા એકની બે નહોતી થતી.. તેમણે પોતાની મદદ માટે નિરાલિને પણ બોલાવી હતી.. મોટે ભાગે બિનિતા નિરાલિની વાત ટાળતી નહોતી.

બંને બહેનો એકબીજાને ખૂબ પ્રેમ કરતી. બિનિતાએ જોયું નિરાલિ આવી છે એ તરત બહાર આવીને એને ભેટી પડી. પછી એને પાણી આપતા બોલી,"નિરાલિ, જોને, આ મમ્મીને સમજાવને, હજુ લગ્ન થયે ત્રણ જ વર્ષ તો થયા છે ને ત્યાં આ બાળકનું વળગણ." નિરાલિએ બિનિતા ને પોતાની પાસે બેસાડીને તેને એબોર્શન ન કરાવવા સમજાવી,અચ્છા એક કામ કરશે નિરાલિ માટે ?" થોડું વિચારી ને પછી નિરાલિએ કહ્યું."બોલને,!""તું તારું બાળક મને આપી દેજે.""નિરાલિ ?"

ગોપિબહેન ચમક્યા."હા મમ્મી, એનાથી બંનેની સમસ્યાનું સમાધાન થઈ જશે. પારકું બાળક લેવાની મારા સાસુ ના પાડે છે પણ બિનિતાના બાળકની ના નહીં પાડે. આનાથી બિનિતાનો પ્રોબ્લેમ પણ સોલ્વ થઈ જશે.". એને આ વાત મંજૂર હતી. ગોપિબહેન પણ

ખુશ તો હતા પણ..."પણ અંકિતકુમાર માનશે ?""એની ચિંતા તું નહીં કર મમ્મી." બિનિતા નિરાલિને ભેટી પડી..."યોગ્ય સમયે બિનિતાએ પુત્રિને જન્મ આપ્યો. અંકિત એકદમ ખુશખુશાલ હતો.

બંને બહેનોએ સવા મહિનો મમ્મીને ત્યાં રહી લીગલ કાગળિયાં કરી નિરાલિએ બાળક લઈ જવું એમ નક્કી કર્યું. નિરાલિએ પિયુશ અને પ્રેમાબહેનને મનાવી લીધા અને દત્તક લેવાના કાગળ તૈયાર કરાવી લીધાં .

ગોપિબહેન અંકિતને તેને અંદરના રૂમમાં લઈ ગયા."અંકિતકુમાર, બિનિતાને બોલાવી મેં અને નિરાલિએ એબોર્શન ન કરાવવા માટે બહુ સમજાવી હતી પણ તે એકની બે નહોતી થતી એટલે નિરાલિએ આ વચ્ચેનો રસ્તો કાઢ્યો અને કોઇ પારકા પાસે ક્યાં છે તમારું બાળક ? આમ તમારું બાળક પણ રહેશે અને મારી નિરાલિને એક બાળક મળી જશે."

ગોપિબહેનનાં શબ્દોમાં વિનંતિ હતી., "અને પછી જ્યારે બિનિતાની પોતાની ઇચ્છા હોય ત્યારે તમારે ત્યાં બાળક ક્યાં નથી થવાનું ?" ગોપિબહેને પ્રેમથી સમજાવ્યું? અંકિત વિચારતો હતો કે, આમતો વાત ખોટી ક્યાં હતી ?."હા મમ્મી, તમારી વાત સાચી છે. ચાલો મમ્મી હું સહી કરી દઉં." અંકિત બહાર આવી સહી કરી આપી. છએક મહિના વીતી ગયા.

બિનિતાની મોબાઈલની રીંગ વાગી. બિનિતાએ સ્ક્રીન પર નામ જોયું, "નિરાલિ" એ ઉછળી.. "હું હમણાં તને જ ફોન કરવાની હતી.""કેમ ? કોઇ ખાસ વાત ?""હા, મારે મહિના માટે પ્રમોશનની ટ્રેનિંગ લેવા જવાનું છે. ત્યાર પછી મને મેનેજરની પોસ્ટ ને પગાર બમણો "અરે હા, પણ તેં કોઇ ખાસ કામે ફોન કર્યો હતો ? "મેં પણ તારો આભાર માનવા જ ફોન કર્યો હતો.

મમ્મી એટલા ખુશ રહે છે આખો દિવસ દેવેશિ સાથે જ રમ્યા કરે છે અને પિયુશ ? એ તો ઓફિસેથી વારે વાર દેવેશિ નો અવાજ સાંભળવા ફોન કરે અને સાંજે મેનેજરને ઓફિસ સોંપી જલ્દી ઘરે આવી જાય. પછી અમે બધા જમીને એની સાથે આંટો મારી ઘરે આવીએ.

મારા ઘરમાં તો એકદમ રોનક આવી ગઈ. થેંક્સ બિનિતા. અરે ! અરે ! દેવેશિ ... એક મિનિટ બિનિતા, હું તને પછી ફરીથી ફોન કરું.

આ તારિ દિકરિ છે ને.. ઘુંટણે ચાલતિ થઈ છે ને જે કંઈ હાથમાં આવે તે મોંમા નાખે છે.. છોડ છોડ." બિનિતાને પાછળ દેવેશિ નો રડવાનો અવાજ આવ્યો. પછી ફોન કટ થઈ ગયો.'આ નિરાલિ પણ છે ને !

હવે એ ક્યાં મારી દિકરિ છે ?. એની ટ્રેનિંગ પણ પૂરી થઈ ગઈ. દેવેશિ માટે બિનિતા ઘણાં રમકડાં અને કપડાં લાવી હતી. સૌ પહેલાં એ નિરાલિને ત્યાં ગઈ, બિનિતા, ક્યારે આવી ?" બિનિતાને જોઇ નિરાલિ ખુશ થઇ ગઈ અને તેને ભેટી પડી."આજે જ સવારે. ઘરે જઈ સામાન મૂકી ફ્રેશ થઈને સીધી તારે ત્યાં આવી.""આવ, કેવી રહી ટ્રેનિંગ ?" "ખૂબ જ સરસ.

આવતા મહિનાથી નવિ પોસ્ટ મા જોડાવાનુ છે. દેવેશિ ક્યાં છે ?" બિનિતાએ આમતેમ જોતાં પૂછ્યું. એને માટે રમકડાં અને કપડાં લાવી છું." દેવેશિ પ્રેમાબહેન સાથે રમતિ હતિ. બિનિતાનો અવાજ સાંભળી દેવેશિ લઈ પ્રેમાબહેન બહાર આવ્યાં." દેવેશિ ." ચપટી વગાડી બિનિતાએ દેવેશિ ને બોલાવિ."જો તો તારે માટે શું લાવી ?" બિનિતાએ રમકડું ખોલી દેવેશિ ને બતાવ્યું. એની સામે નજર કરી દેવેશિ પ્રેમાબહેનની પાછળ લપાઇ ગઈ. બિનિતાએ પ્રેમાબહેન પાસેથી દેવેશિ ને લી ધી તો એ ભેંકડા તાણીને રડવા લાગી."અરે ! એ કોઇ અજાણ્યાની પાસે જતી નથી."

બિનિતા પાસેથી દેવેશિ ને લઈ નિરાલિ બોલી. નિરાલિ પાસે જતાં જ દેવેશિ શાંત થઈ ગઈ. બિનિતાનું મોં ઉતરી ગયું. એ ક્યાં અજાણી હતી ? દેવેશિ ની મા હતી. બિનિતાને ઇચ્છા હતી કે એ પોતે એના લાવેલા કપડાં દેવેશિ ને પહેરાવે પણ... તે ત્યાંથી નીકળી ગઈ અને ગોપિબહેન પાસે જઇને રડી પડી .

ગોપિબહેને. સમજાવિ "શું કામ જીવ બાળે છે ? થોડો મોટી થશે એટલે આવશે જ ને તારી પાસે ? બિનિતાને પાણીનો ગ્લાસ આપી ગોપિબહેને તેને એની નોકરીની અને પ્રમોશનની વાતોમાં વ્યસ્ત કરી... વચ્ચે વચ્ચે નિરાલિ દેવેશિ ના સમાચાર આપતી રહેતી. હમણાં થોડા દિવસ પહેલાં જ દેવેશિ ટેબલ પકડીને પહેલી વાર ઉભિ થઈ તેનો વિડિયો નિરાલિએ મોબાઇલ પર મોકલ્યો હતો.

આમ ને આમ દેવેશિ દસ મહિના નિ થઈ ગઈ બે મહિના પછી તો એનો પ્રથમ જન્મ દિવસ હતો. બધા ઉત્સાહમાં હતા. ખૂબ ધામધૂમથી

ઉજવીશું એમ નક્કી થયું બિનિતાને આગળથી રજા લઈ મદદ કરવાનું કહેવાઈ ગયું. બિનિતા પણ ખુશ હતી.મીટીંગ પૂરી થતાં બિનિતાએ મોબાઈલ હાથમાં લીધો તો નિરાલિનાં ગણા મીસકોલ હતાં.

આટલા બધા મીસકોલ ? મમ્મીને તો કંઈ ? એણે નિરાલિને ફોન જોડ્યો. સામે નિરાલિનો રડતો અવાજ આવ્યો."ક્યાં હતી ? કેટલા ફોન કર્યા. ઉપાડતી કેમ નહોતી ?""મીટીંગમાં હતી. પણ એટલું જરુરી શું કામ હતું ?"" દેવેશિ ને.." દેવેશિ ને ? ક્યાં છે તું ?"." દેવેશિ ને હોસ્પિટલ દાખલ કરિ છે ડો. આનંદ ની.." બિનિતાએ ફોન કટ કર્યો ને હોસ્પિટલે ધસી ગઈ.ત્યાં પહોંચીને જોયું દેવેશિ સ્પેશિયલ રૂમમાં સુતિ હતિ. એ અંદર જવા ગઈ તો નિરાલિએ તેને રોકી."હમણાં જ શાંતિથી ઊંઘી છે.

થોડા દિવસથી તાવ હતો. મેં ઘરગથ્થુ દવાઓ કરી પણ ફાયદો ન થયો. આજે ડોક્ટર પાસે લાવી તો એમણે દાખલ કરી દવાની અસર થાય છે. ચિંતા જેવું નથી."આટલા દિવસથી તાવ હતો ને નિરાલિએ એની કાળજી ન રાખી. એની દીકરી થોડી છે ? મારી છે એટલે.. બિનિતા વિચારી રહી. તેણે ઓફિસમાંથી રજા લઈ લીધી અને હોસ્પિટલમાં જ રહેવા લાગી.

નિરાલિએ એને બહુ કહ્યું કે તું ઘરે જા હું છું. પણ એ એકની બે ન થઈ. પણ દેવેશિ પાસે જવાની કોઇને પરવાનગી નહોતી. અઠવાડિયું વીતી ગયું હવે બિનિતાની ઓફિસમાંથી ફોન આવવા લાગ્યા કે તેના વિના કામ અટવાય છે. ડો. ચિંતા જેવું નથી એમ કહેતા પણ દેવેશિ પાસે જવા દેતા નહોતા.બિનિતાએ નિરાલિને કહ્યું."તું બેફિકર થઈને જા. હું છું ને ?" નિરાલિએ આશ્વાસન આપ્યું.

એક દિવસ બિનિતા વહેલી આવી અને જોયું તો દેવેશિ આરામથી નિરાલિ સાથે રમતિ હતિ. બિનિતાને જોઇ નિરાલિ બહાર આવી ને એણે કહ્યું કે આજે દેવેશિ ને ઘરે લઈ જવાની રજા આપી છે.બધા ગોપિબહેનને ત્યાં ભેગા થયા. અંકિતને પણ બિનિતાએ ત્યાં જ બોલાવી લીધો."નિરાલિ મેં એને જન્મ આપ્યો છે.

આ મારી દિકરિ છે હવે એ તારી સાથે નહી આવે."" તારિ કેવિ? મેં એને દત્તક લિધી છે." નિરાલિએ વળતો જવાબ આપ્યો."ભલે, પણ હવે મારે તને નથી દેવિ. તેં એની કાળજી નથી રાખી ,અને તારી નોકરી ? કોણ જોશે આખો દિવસ ? તારો બંગલો, ગાડી કેવી રીતે આવશે ? તારી

સેલરી.. મેનેજરની જવાબદારી..""તારે એ બધી ફિકર કરવાની જરુર નથી.

હું નોકરી છોડી દઈશ. મારે જે જોઇએ છે તે મને મારો વર લાવી આપશે એની તું ચિંતા નહીં કર. પણ હવે મારિ દીકરી મારી પાસે જ રહેશે." બધા અવાચક થઈને બંનેને લડતા જોઇ રહ્યાં હતાં.

એટલામાં બિનિતાએ દેવેશિ ને લેવાની કોશિશ કરી. નિરાલિ તરત દોડીને સામે ઉભી રહી ગઈ."બિનિતા, મારી પાસે લીગલ કાગળિયાં છે. તું એને નહીં લઈ જઈ શકે." કહી નિરાલિએ કાગળ બતાવ્યા બિનિતાએ કાગળ ફાડી નાખ્યાં. નિરાલિ એને તમાચો મારવા હાથ ઉગામ્યો પણ પિયુશ એને ખેંચીને ઘરની બહાર લઈ ગયો. નિરાલિ રડતી રડતી કારમાં બેસી ગઈ.

પિયુશ આખા રસ્તે કંઈ ન બોલ્યો અને નિરાલિ રડતી રહી. ઘરે આવીને નિરાલિ પ્રેમાબહેનને વળગી પડી. પ્રેમાબહેનને ન સમજાયું કે આ શું થયું ? એમણે નિરાલિને છાતી સરસી ચાંપીને પિયુશ સામે પ્રશ્નાર્થ નજરે જોયું. પોતાનિ સાસુ ને બધિ વાતો કરિ તેણે , પ્રેમા બેને નિરાલિને માફ કરિ દિધિ અને પોતાના ગળે લગાળી લિધિ. હા જો એ વખતે હું બિનિતા પર એબોર્શન ન કરાવવા દબાણ કરત તો એ માનવાની જ નહોતી.". . ને બિનિતા દેવેશિ ને રમાડવા લાગિ .... એક ભુલિ પડેલિ મા..... અંતે પાછિ આવિ ગઇ..........

2
ઘર

પરસેવે રેબઝેબ થઈને એ આવ્યા. હાંફતાં હાંફતાં ખુરશીમાં બેસી એમણે પત્નીને પાણી આપવા ઈશારો કર્યો. ખોડંગાતીપગે ચાલતી આવેલી પત્નીએ પાણીનો ગ્લાસ ધર્યો. થોડીવારે સ્વસ્થ થઈ પતિએ કહ્યું, "મને દાળમાં કંઈ કાળું લાગે છે.. બિલ્ડર કંઈ ચોખવટ કરતો નથી પણ એના મનમાં પાપ છે એ નક્કી.. તમે આપણા પપુ ને પુછો તો ખરા કે શુ વાત છે સાચી?."

દીકરાએ કહ્યું કે, તમે શું કામ તકલીફ લો છો... હું બિલ્ડરના સંપર્કમાં છું. તમે ચિંતા ન કરો. દીકરાની મનાઈ છતાં પિતા એક-બે વાર બિલ્ડરને મળી આવ્યા, પણ બિલ્ડરના બદલાયેલાં વલણ અને વર્તનથી એમને શંકા જાગી. વૃદ્ધદંપતી પાછલા જીવનમાં ભોગવવા મળનારું નવા ઘરનું સુખ મનમાં ને મનમાં માણી રહ્યાં હતાં.

જ્યારે એકાદ બે પડોશી પોતાના મૂળ સ્થાને રહેવા ગયાનું જાણ્યું ત્યારે તો એમને એ સુખ હવે માત્ર એકાદ વેંત છેટું હોય એમ જ લાગવા માંડ્યું.છેલ્લા લગભગ વર્ષ થી વૃદ્ધાશ્રમમાં રહેતાં વયોવૃદ્ધ દંપતીનાં ચહેરાઓ પર ડોકાતાં ચિંતાનાં વાદળો કંઈ અમસ્તાં નહોતાં. શિથિલ ગાત્રો, નિસ્તેજ થવા માંડેલી આંખો અને એનાથી'ય વધુ એકના એક પુત્ર દ્વારા કરાતું

દુર્લક્ષ તથા તૂટી રહેલી હામ એમના ચહેરાઓ પર નિરાશાનો માળો બાંધી બેઠી હતી. વાત ભુજ ના, પરિવારની. છે, આ મધ્યમવર્ગીય

કુટુંબ સારા વિસ્તાર ના એક નાના ઘર મા રહેતું હતું. સામાન્ય નોકરી કરતા પિતાએ એકના એક દીકરાને ભણાવવામાં કોઈ કચાશ ના રાખી. એક પછી એક સારી તકો ઝડપી દીકરો એક મોટા શહેર મા કંપનીમાં જોડાયો એટલે જ્ઞાતિની એક સુશીલ કન્યા સાથે એનાં લગ્ન લેવાયાં.

સારા વિસ્તાર ની જમીન ખરીદિ ને ખરીદી લઈ ત્યાં વિશાળ ઈમારત બાંધવાની યોજના માટે તમામ રહીશોને મનાવવાનો પ્રયાસ કરી રહેલા એક બિલ્ડરે સૌને તેમની જગ્યા જેટલી કદના ઘર આપવાની દરખાસ્ત મૂકી હતી. આથી આખી જિંદગી જ્યાં કાઢી ત્યાં જ થોડા વધુ પૈસા ચૂકવીને એકાદ રૂમ વધારે લેવાનો ઈરાદો આ કુટુંબનો હતો,

પણ ત્યાં એક અણધાર્યો વળાંક આવ્યો. દીકરાને મોટા શહેર મા જાણીતી કંપનીમાં આકર્ષક નોકરી મળી. યુવાન વયે પ્રગતિના દરવાજા ખૂલી રહ્યા હોય તો એવી તક જતી ન કરાય એવી લાગણી સાથે મા-બાપે એને વિદાય કર્યો.

બિલ્ડર સાથે અગત્યની બેઠક હોય ત્યારે દીકરો મોટા શહેર માથી આવતો અને વાટાઘાટનાં તમામ સૂત્રો એ જ સંભાળતો. તમામ લોકો સાથે બિલ્ડરનું એગ્રીમેન્ટ થયું ત્યારે પણ શહેર થી આવેલા દીકરાએ પિતાજી સાથે જઈ સંબંધિત કાગળો પર હસ્તાક્ષર કરાવી આપ્યા. એકાદ વર્ષમાં તેમને બે રૂમ-કિચન નું ઘર મળી જશે એમ જણાવાયું હતું.

એ સમય દરમિયાન મા-બાપ પોતાની સાથે શહેર મા આવીને રહે એવો દીકરાનો આગ્રહ હતો. પરંતુ વહુ-દીકરો બન્ને નોકરી કરવા જાય ત્યારે અજાણ્યા શહેરમાં આખો દિવસ અમે શું કરીએ એવા મા-બાપના પ્રશ્ન સામે દીકરાની જીદ હારી. અંતે વૃદ્ધવયે તેમની બધી સંભાળ રખાય અને જરૂર પડે સારવાર પણ કરાવાય એવું વિચારી એક વૃદ્ધાશ્રમમાં તેમને રાખવાનું બંને પક્ષે સ્વીકારાયું.

ઘર જેવી તમામ પ્રાથમિક સગવડો અને સમવયસ્કોના સાંનિધ્ય સાથે પ્રમાણમાં સારા કહેવાય એવા એ વૃદ્ધાશ્રમમાં મા-બાપે એમની જિંદગીનો અંતિમ પડાવ નાખ્યો. લગભગ એકાદ વર્ષ થવા આવ્યું. સાંજે ચાલવા જતી વખતે જૂની જગ્યાએ ઝડપભેર ઊભી થઈ રહેલી વિશાળ ઈમારતને જોઈને તેઓ બંને ખૂબ ખુશ થતાં. ક્યારેક એ અંદર

જઈ લટાર પણ મારી આવતાં અને પોતાને ભાગે ઘર આવશે એનો આશરો બાંધતાં ત્યારે એમના ચહેરા પર સંતોષની એક આભા ઝળકી જતી. જેમ જેમ ઈમારતનું બાંધકામ પૂરું થવા આવ્યું તેમ તેમ વૃદ્ધાશ્રમના લાચાર જીવનનો અંત નજીક દેખાવા માંડ્યો..

બીજે દિવસે સવારે જ તેઓ બિલ્ડરને મળવા પહોંચી ગયાં. બિલ્ડરે બેસાડ્યાં. હજુ કેટલુંક કામ બાકી હોવાનું અને બે-ત્રણ મહિનાની વાર થશે એમ જણાવી એમને રવાના કર્યા. એમણે રાત્રે દીકરાને શહેર મા ફોન કરીને માહિતી આપીવૃદ્ધ પત્નીના અનેક પ્રશ્નોનો એમણે ગોળગોળ જવાબ આપ્યો,પણ મનમાં ઉચાટ થતો હતો. થોડા દિવસ તો જેમ-તેમ કરીને એમણે કાઢ્યા. પછી એકવાર હિંમત કરીને પાછા બિલ્ડરને મળવા ગયા. આ વખતે તો એણે જાણે ઓળખતો જ નથી એવું વર્તન કર્યું.

અમારા ઘરનું પઝેશન ક્યારે આપશો એવા પ્રશ્નના જવાબમાં બિલ્ડર સહેજ ઉચાટમાં કહ્યું..એ મને નહીં..તમારા દીકરાને પૂછો..આટલું બોલીને બિલ્ડર રવાના થઈ ગયો. મન મક્કમ કરી એમણે રાત્રે દીકરાને ફોન કર્યો. તો તેની પત્નિએ જણાવ્યું કે "તેઓ સપ્તાહ માટે ઓફિસના કામે વિદેશ ગયા છે. તેઓ સમય કાઢીને રૂબરૂ આવી જાસે તમે નાહક ચિંતા કરો છો બાપુજી, તમારા દિકરા ઉપર વિસ્વાશ રાખો તો સારુ અને ફોન કાપી નાખ્યો.".

ફરી એક દિવસ બિલ્ડર પાસે પહોંચી ગયા. બિલ્ડરે કહ્યું કે ગયા સપ્તાહમાં જ તમારો દીકરો આવીને મને મળી ગયો છે. એ ફરી આવવાનો છે.. શું થાય છે તે જોઈએ.. પછી વાત..બિલ્ડરના ઉડાઉ જવાબ કરતાં દીકરો માતા-પિતાને આવીને મળ્યા વગર જ પાછો જતો રહ્યો એનો એમને વધારે આઘાત લાગ્યો, થોડા દિવસ ઉચાટમાં જેમતેમ કરીને કાઢ્યા.

બે-ત્રણ દિવસ પછી દીકરાનો ફોન આવ્યો.. પિતાએ એને પૂછી જ લીધું કે, તું થોડા દિવસ પહેલાં જ બિલ્ડરને મળવા આવ્યો તો અમને કેમ મળવા ન આવ્યો...પ્રશ્ન સાંભળી સહેજ છોભીલા પડેલા દીકરાએ એમને પૂછ્યું કે, તમને બિલ્ડરે કહ્યું કે હું આવ્યો હતો?...પિતાએ હા કહેતાં જ દીકરાથી બોલી જવાયું કે હું તમારા માતા-પિતાને આ વાત નહીં કરું એવું એણે મને કહ્યું હતું..તો પણ..એણે...હવે પિતાને ખરેખર

આઘાત લાગ્યો.

એમણે સહેજ કડકાઈથી દીકરાને પૂછ્યું કે..કઈ વાત...શું અમને નહીં કહેવા ની? દીકરો મુંજાણો ને થોથવાયો. એણે કહ્યું કે હું આવીને તમને બધું સમજાવીશ...થોડા દિવસ થોભી જાવ..ફોન પર વાત થાય એમ નથી..પિતાએ આખી રાત પડખાં ઘસીને કાઢી. સવારે ઊઠીને એ સીધા બિલ્ડર પાસે પહોંચ્યા.

થોડી રકઝક પછી બિલ્ડરે જે કહ્યું એનાથી પિતાના પગ તળેથી ઘડીભરતો ધરતી સરકી ગઈ. બિલ્ડરે કહ્યું કે તમારા દીકરાને મેં ખૂબ મોટી રકમની ઓફર કરી ઘર પરનો હક્ક જતો કરવા કહ્યું. થોડા દિવસ પહેલાંજ એ આવીને તમારી સહી કરેલા બધા કાગળો આપી ગયો અને પૈસા લઈ ગયો,પણ મેં તો એક પણ કાગળ પર સહી કરી નથી એમ પિતાએ જણાવતાં જ એણે કહ્યું કે મારી સાથે જે દિવસે નવો ઘર આપવાનું એગ્રીમેન્ટ થયું એના કાગળો પર તમારી સહીઓ લીધી તે દિવસે જ તમારા દીકરાએ હક્ક જતો કરવાના કાગળો પર પણ સહી લઈ રાખી હતી.

એણે કહ્યું કે શહેર મા ભાડું ભરીને રહેવાનું પોષાતું નથી એટલે હું ત્યાં એક ઘર ખરીદવા માગું છું, એટલે આ ઘર વેચવું જરૂરી છે, પણ તમે મારા માતા-પિતાને આ વાત હમણાં જણાવશો નહીં. હું જ એમને સમજાવીશ..મને ખાતરી છે કે એમને મારો આ નિર્ણય યોગ્ય જ લાગશે.

લગભગ ભાંગી પડેલા પિતા વૃદ્ધાશ્રમ પર આવીને રીતસર રડી પડ્યા.પત્નીને જ્યારે આખી વાતની જાણ થઈ ત્યારે એને ચક્કર આવી ગયાં. નવા ઘર માં રહેવા જવાનાં તૂટી ગયેલાં સ્વપ્નોના ઘા વાગવાથી પીડાઈ રહેલાં મા-બાપ ને દીકરો રૂબરૂ આવીને પોતે આખી વાત કહે ,અંતે વૃદ્ધાશ્રમ માં જ વૃદ્ધવયે પોતાનુંઘર મળ્યુ તેનો વસવસો કેઆનંદ...... માં બાપ ને આજીવન લાગ્યો.... દિકરા પાસે કોઈ પણ અપેક્ષા હવે નથી રાખતાં... હા! હા આજે શહેર મા દિકરા ના ઘર નુ વાસ્તુ પુજન છે ત્યારે મા-બાપ પોતાના જુના ઘર પાસે નવી ઇમારત મા પોતાનુ જુનું ઘર કોઇક વાર બને જણ શોધવાનો પ્રયત્ન કરે છે... અને પપુ ને તેના પોતાના નહી દિકરા ના નવા ઘર ની શુભેછાઓ આપે છે..........

3

સફર

મિત્રો ટ્રેન દોડે પણ છે અને જોડે પણ છે આ વિચારમને અટલ બિહારી વાજપાઇ નો બહુ ગમે છે આથીજ હું કોઈ પણ દૂર જવું હોય તો ટ્રેન જ પંસંદ કરું છું , પછી ભલે ને મારે ટિકિટ માટે વધુ રૂપિયા આપવા પડે એજન્ટ ને પણ મને ટ્રેન સાથે અનહદ લગાવ છે અરે હું કોણ ? મારું નામ તો આપણે કહ્યું જ નહિ હું રાજુ રંગીલો , !! અરે રંગીલો આવું તો નામ હશે ? હા હું રંગીલો રાજુ એક ગુમ નામ લેખક કહી શકો સાચું નામ રાજીવ મહેતા પણ ઉપનામ રંગીલો એટલે રાજુ રંગીલો ટૂંકું નામ મેં જાતેજ પડી દીધું ......

મિત્રો ટ્રેન ઉપર અનેક ફિલ્મો અને ગીતો બન્યા છે પણ મને તો એક જ ગીત ગમે છે તે છે , " गाडी़ बुला रही है, सीटी बजा रही है! આ ગીત એક જીવન ની ફિલોસોપીં કહે છે તેવું મને લાગે છે , આપણું જીવન પણ એક ટ્રેન જેવું છે , સતત ચાલતું જ રહે છે , ભાગદોડ કરતુ જ રહે છે , આપણે આત્મા રૂપી ડ્રાઈવર ની જેમ આપણા શરીર ને એન્જીન ની જેમ ધક્કો મારતા રહીએ છીએ ... મારે અવારનવાર ટ્રેન માં જુદી જુદી વાર્તા ઓ શોધવા માટે ટ્રેન માં જાવું પડે છે ,શું કામ , કારણકે ટ્રેન માં આખું ભારત વસે અને અને વિવિધ ભાસાઓ અને પ્રદેશો ના લોકો , બોલી , ખાન પાન,વિવિધ રિવાજો જાણવા મળે છે એટલે જ હું ટ્રેન ને ભારત ની જીવાદોરી તરીકે ગણું છું ....

ટ્રેન માં મને અનેક લોકો મળ્યા તેમાં મને જીવન માં અને ઉતાર ચડાવ જોવા મળ્યા જેમકે એક મારી સામે એક યુગલ બેઠું હતું , ખુબ પરસેવે રેબઝેબ અને પ્રેમિકા પ્રેમી નો સતત સાથ અને હાથ પકડી ને બેઠી હતી જાણે તેને એમ લાગતું હતું કે હમણાંજ તેનો પ્રેમી દૂર છોડી ને જતો રહશે , મને અજુગતું લાગ્યું પણ હું કઈ પૂછું તે જ પહેલાજ પ્રેમી નામ ના આપવાની શરતે મને પોતાની વાત કરે છે

“હું એક સમયે ભણેલો પણ અનાથ બેરોજગાર ગુંડો હતો અને આ મારી પ્રેમિકા શહેર ના જાણીતા એક પૈસા પાત્ર ની દીકરી હતી , એક વાર કોઈ બનાવ વખતે હું ખુલા હથિયાર સાથે એક ગેંગ ના ટપોરી પાછળ દોડતો હતો ત્યારે તે ટપોરી એ બપોતાની જાત ને બચાવ કરવા મારી પ્રેમિકા ને ગળે બંદૂક રાખી ને મને ધીમો પાડવાની કોસીસ કરી પણ મેં મારી જાત ઉપર પૂરો કાબુ કરીને મારી પ્રેમિકા ની આંખ માં આંખ નાખી કીધું કે તને મારી ઉપર વિશ્વાસ છે કે નહિ તો તેની આખો માં વિશ્વાસ હતો એટલે જ એક જ વાર માં તે ટપોરી ને મેં નીચે પડી દીધો ને પ્રમિકા ને પોતાની પાસે બાહોંમાં ખેંચી લીધી જાણે કે તે કોઈ નાજુક કદી હોય તેમ તેને બે હાથે પકડી ને તેની ગાડી માં મેં બેસાડી દીધી , પ્રેમી ની વાતો તેની પ્રેમિકા બહુ રસ લઇ ને સાંભળતી હતી અને વચ્ચે વચ્ચે સર્માઈ જાતિ હતી મને જોવાની મજા આવતી હતી તેની આ પ્રેમ રૂપ નજાકત લટકા મટકા થી,,,,”

વચ્ચે મેં સવાલ કર્યા તેના જવાબો બહુ વિચારી ને તેને આપ્યા , અરે હાહા તે લોકો આ ટ્રેન માં કેમ ચડયા તેનો જવાબ હવે આવશે ચિંતા ના કરો મને પણ જાણવું છે કે??? તેને કહું કે આ બનાવ પછી હું તો ભૂલી ગયો હતો પણ મારી પ્રેમિકા મારી પાછળ પડી ગઈ હતી ગમે તેમ કરીને મારા ફોને નંબર મેળવી લીધા અને મને મારા અડ્ડામાં મને મળવા આવા લાગી , શરૂ મને મુંજારો થાતો હતો પણ પછી ધીમેં ધીમેં મને પણ તેની સાથે પ્રેમ થાવા લાગ્યો , ધીધીમે મારી પ્રેમિકા મને સીધા રસ્તે લઇ આવી , હું તમામ ખરાબ કામ છોડી ચુક્યો હતો અને નોકરી ઉપર ચડી ગયો હતો અને અમે લગ્ન કરવાનું વિચારતા હતા ત્યાંજ???? મને ઉત્સુકતા જાગી કે ટ્રેન માં કેમ ???

પછી મેં તેની વાત જાણી તો હું ચોકી ગયો , તેની પ્રેમિકા એક આગળ ની વાત પુરી કરી કે તે એક શહેર ના જાણીતા બિલ્ડર અને

નેતા ની દીકરી છે , કહેવા પૂરતી જ દીકરી છું બાકી ઘરમાં મને કોઈ બોલાવતું કે પ્રેમ કરતુ નથી , સૌ પોતપોતાના કામ માં રોકાયેલા હોય છે બસ રૂપિયા ભરેલ નોટો મને આપી દે છે જે જોઈ તે લઇ લેજે તેને કારણે તેને રોજ બહાર જઈ ને ચિત્ર વિચિત્ર ચીજ વસ્તુઓ લાવાનો શોખ છે , ઘરે આવે ને કોઈ ભેગા થાતા નથી સૌ પોતાના રૂમ માં જ જમવા અને કામ માં ખોવાયેલા હોય છે ,

પાપા ને તેને મારી ઉમર કરતા નાની સેક્રેટરી સાથે અનૈતિક સબંધ છે અને મારી માં પણ મારી ઉમર ના નાના પ્રેમી જોડે રંગ રંગરેલિયા મનાવે છે , મારી કોઈ ને ચિંતા નહોંતી ,કુટુંબીઓ ને મારા શરીર અને પૈસા માં રસ હતો એટલે હું એકલી જ હતી પણ એક વાર જયારે મારા પ્રેમી એ જે રીતે મારો જીવ બચાવ્યો અને મારી રક્ષા કરી અને તેને મળી ને હું સમજી શકી કે જીવન માં ગણા ઉમંગ અને વિચાર અને વિહાર છે બસ જરૂર છે માત્ર સાચા પ્રિય પાત્ર ની જે મને મળી ગયો હતો .... રસ્તા માં. વરસાદ અને વીજળી ચાલુજ હતા ટ્રેન ની બારી અમે બંધ કરી નાખી અને પાછી વાતો શરુ કરી.....

મારા પ્રેમ ની ખબર પડતા મારા માતા પિતા અને કહેવાતા કુટુંબીઓ એ મારા ઉપર જાપ્તો રાખી દીધો અને સતત મારા પ્રેમી ને માર મારવામાં આવ્યો ખોટા પોલિશ કેશ કરી ને , પણ એક દિવસ મારી સહેલી એ મને સાચી વાત ની માહિતી આપી ને મને પોલિશ સ્ટેશન માં લઇ જઈ ને સાચી વાત કરતા પોલિશ મારી મિત્ર બની ને આવી મને અને તેને જાન થી પણ મારવાની કોશીસ કરવામા આવી પણ અમે બને બચી ગયા અને અમે પોલિશ મિત્ર ની મદદ લીધી અને અમને બને ને કોઈ ને પણ ખબર પડે તે રીતે પોલિશ મિત્ર એ રાતો રાત આ ટ્રેન માં બેસાડી દીધા અને .બસ આરીતે અમે હવે નવા શહેર માં અમારી નવી દુનિયા વસાવસુ ,બને અમે ભણેલા છીએ એટલે નાની મોટી નોકરી લારી લેશુ અને અમારી જિંદગી ને આગળ વધારસુ "!... મને જીવન માં પહેલી વાર પોલિશ ઉપર માં થયુ કે હજી સમાજ માં માનવતા અને પ્રેમ જીવિત છે , અને મોબાઈલ માં રીગ ટોન વાગી

"आग े तूफ़ान, पीछ े बरसात, ऊपर गगन प े बजिली
सोच े न बात, दनि हो क े रात, सगिनल हुआ क े नकिली
देखो वो आ रही ह ै, देखो वो जा रही ह ै

गाड़ी बुला रही है, सीटी बजा रही है
चलना ही ज़िंदगी है, चलती ही जा रही है!"

પોતાનું સ્ટેશન આવતા ભીની આંખે મેં બને એને તેના નવા જીવન ની શુભેછાઓ આપી અને પાછી ટ્રેન પોતાના સફરે ચાલી નીકળે , "અરે તમે ક્યાં ચાલ્યા હજી મારું સ્ટેશન આવ્યું નથી !! આગળ એક નવું પાત્ર મળ્યું તો તેની વાત કરી એ ...

મારા વિચારો લખતો હતો ને મારી સામે એક લગભગ જુવાન નવો નવો કોલેજ માં ભણતો છોકરો બેઠો મને જોઈ ને નાસ્તા નો ડબાઓ આગળ કર્યા મેં બધા ડબા માંથી એક કે વસ્તુઓ લીધી અને તેની વાતો સાંભળવા લાગ્યો...

નામ ના આપવાની શરતે પાછી વાતો ચાલુ કરી , તે એક ઇજનેરી છાત્ર હતો અને પોતાના વતન થી દૂર નવી નવી નોકરી માં હાજર થવા જઈ રહો હતો , ટેક્નોલોજી નો જાણકાર હતો એટલે તેની વાતો માં અવાર નવાર આઇપોડ , મોબાઈલ , કોમ્પ્યુટર , લેપટોપ , ની વાતો આવી જાતિ હતી , મને લાગ્યું કે જીવતા જીવ એક રોબોટ ને જોઈ રહ્યો છું જાણે આજુ બાજુ રસ્તા માં આવતા પ્રદેશો , જળ ,જમીન , વક્ષો કે લોકો ની પરવા જ નહિ તેને કોઈ બસ કાન માં હેડ ફોન નાખી ને તેની આંગળીઓ માત્ર મોબાઈલ ના ટચ સ્ક્રીન ઉપર ફર્યા કરતી હતી , હું તેની વર્તણુક જોયા કરતો હતો , મનો વિજ્ઞાન માં મને રસ હતો એટલે તેની મનો વિજ્ઞાનિક પરિસ્થિતિ નો વિચાર કરતો હતો ... મને વચ્ચે પૂછયા કરતો હતો કે લાઈટ બંધ કરતા નહિ મને અંધારા થી બીક લાગે છે , એટલે જ હું સતત મોબાઈલ ની બેટરી ચાલુ રાખું છું. અને અચાનક મારા મોબાઈલ ની રિંગ ટોન વાગી

"देखो वो रेल, बच्चों का खेल, सीखो सबक जवानों
सर पे है बोझ, सीने में आग, लब पर धुंआ है जानो
फिर भी ये गा रही है, नगमें सुना रही है,गाड़ी बुला रही है, सीटी बजा रही है
चलना ही ज़िंदगी है, चलती ही जा रही है!"

ને ખુબ નવાઈ લાગી કે નાની ઉમર માં અંધારાનો ડર ભવિષ્ય માં કોઈ ખતરો ઉભો કરશે .... મેં તેને પૂછ્યું કે મિત્ર મને તું તારી સમસ્યા

બતાવી શકે છે, હું એક નાનો અનામી લેખક છું, કદાચ તારી મદદ કરી શકું ...તો તે ને શરુવાત માં આનાકાની કરી પણ પછી પોતાની વિગતે વાત કરી ....

"હું નિશાળે જાતો હતો ત્યારથીજ બહુ દેખાવડો હતો એટલે મને સૌ કોઈ રમાડતા અને જમાડતા હતા પણ મારા કુટુંબી સ્ત્રી ને મારા તરફ બહુ જ લગાવ હતો એટલેજ તે મને અવાર નવાર ચોકલેટ ના બહાને પોતા ના રૂમ માં પરાણે ખેંચી જાતિ અને મારું મન હોય કે ના હોય રમકડું હોય તેમ મને શારીરિક રીતે રમાડયા કરતી , ને તેનું મન ભરાઈ જાય એટલે પાછી મને જમાડી અને નવરાવી ને તૈયાર કરીને ટીપ ટોપ મારા ઘરે મૂકી જાતિ ,

આ વાત કરતા મને તેની આંખો માં મને શરમ અને સંકોચ અનેઆંશુ દેખાતા હતા મેં તેને પાણી આપી શાંત કર્યો! ...અને મારા માં બાપ સાથે ભળી જાતિ , કોઈને શંકા જાય જ નહિ કે નાના છોકરા ઉપર કેવો અત્યાચાર થયો હશે , અને હા ગણી વાર મારા ઘરે પણ અવાર નવાર મને લેશન કરવાના બહાને પણ પોતાનું લેશન કરી જાતિ પણ ઘર માં તેને બધા મારા ઉપર નો તેનો પ્રેમ માનતા હતા ....હુ સૂનમુન બેસીરહેતો , લગભગ ૧૨ વર્ષ સુધી હું તેનું રમકડું બની ગયો હતો!" તે અંધારા નો લાભ લેતી હતી , બસ પછી તેના લગ્ન થયા અને મને છુટકારો મળ્યો પણ અંધારો નો ડર આજે પણ લાગે છે અને તેને કારણે મને સતત અજવાળા ની જરૂર પડે છે !, મેં તેને કહું કે તું એકલો જાસ અને એકલો મુસાફરી કરસ . નોકરી પણ કરીશ ત્યારે સતત આવા અંધારા આવશે ક્યાં સુધી ડર્યા કરીશ બસ એક વાત નો ખ્યાલ રાખજે કે જ્યાં અંધારું છે ત્યાં અજવાળું પણ છે ...

અમારી આ વાત ને કોઈ ત્રીજી વ્યક્તિ પણ સાંભળતી હશે તેની કલ્પના પણ ના હતી! , જેવી વાત પુરી કરી એક પરી જેવી નાજુક નમણી , નજાકત વાળી સુંદર એક છોકરી ઉભી રહી અને છોકરા ને નામ થી બોલાવી ને કહયું કે એટલે જ તું મારાથી દૂર રહેતો હતો , હવે તને આજીવન અંધારાથી ડર નહિ લાગે બસ તારો હાથ મારા હાથ માં આપી દે અને જેવો બને જણે હાથ થામ્યો ને! તે લોકો નું સ્ટેશન આવી ગયું અને અચાનક મારા મોબાઈલ ની રિંગ ટોન વાગી

"आते हैं लोग, जाते हैं लोग, पानी के जैसे रेले
जाने के बाद, आते हैं याद, गुज़रे हुए वो मेले
यादें मिटा रही हैं, यादें बना रही हैं
गाड़ी बुला रही है, सीटी बजा रही है
चलना ही ज़िंदगी है, चलती ही जा रही है"!

બે સત્ય ઘટનાઓ ને સાંભળી ને હું ચોકી ગયો અને મનો મન વિચાર્યું કે આમાં કોઈ નો વાંક નથી , સમય નો નસીબ નો વાંક છે અને આ ટ્રેને સાચે બને વખતે પ્રેમીઓ ને જોડવાનું કામ કર્યું છે ..

ત્યાં અચાનક ચા ગરમ ચા ગરમ કરતો એક નાનો છોકરો આવી ગયો , મને લખતા જોયું કે બોલ્યો કે તમે શું લખો છો ? મને તેનો સવાલ સાંભળીને મજા આવી અને તેને પૂછ્યું કે તું કઈ શાળા માં છો ? આગળ પણ નામ ના આપવાની શરતે વાત આગળ ચાલે છે ..

ગામ માં મારા પિતા ખેત મજૂરી કરે છે અને માં પણ મજૂરી કરે છે , વરસાદ નથી એટલે મજૂરી છૂટી ગઈ છે અને ઘરમાં લગભગ પ જણ નું પેટ ભરવા મારે નિશાળ મૂકી ને શહેરમાં કામ કરવા આવું પડ્યું , રેલ ના સ્ટેશન થી ૩૦ કિમિ દૂર મારું ગામ છે એટલે સવારે , બપોરે અને સાંજે કામ કરું છું અને રાતે ટ્રેન ના અવાજ માં રેલ માસ્ટર ની દીકરી પાસે રાત ની નિશાળ માં ભણું પણ છું , બસ આવી વાત કરી ને તે ચા ગરમ ગરમ કરતો આગળ ડબામાં વધી ગયો અને અચાનક મારા મોબાઈલ ની રિંગ ટોન વાગી

"देखो वो रेल, बच्चों का खेल, सीखो सबक जवानों
सर पे है बोझ, सीने में आग, लब पर धुंआ है जानो
फिर भी ये गा रही है, नगमें सुना रही है गाड़ी बुला रही है, सीटी बजा रही है
चलना ही ज़िंदगी है, चलती ही जा रही है"!

મિત્રો આજ ટ્રેન માં ૧૯૪૭ માં ભારત ના ભાગલા વખતે કોમી નરસંહાર થયો હતો, અને આજ ટ્રેન માં બને દેશો નો .વ્યવહાર પાછો ચાલુ થયો હતો! આજ વિચારતો હતો ત્યાંજ પછી મારા મોબાઈલ ની રિંગ ટોન વાગી .

"गाडी को देख, कैसी है नेक, अच्छा बुरा न देखे
सब हैं सवार, दुश्मन के यार, सबको चली ये लेके
जीना सिखा रही है, मरना सिखा रही है, गाडी बुला रही है, सीटी बजा रही है
चलना ही जिंदगी है, चलती ही जा रही है"!

એક લેખક તરીકે જો વાત કરુતો ટ્રેન એક એવી માનવીય કડીઓ ને સાંકળતી રચના છે કે માનવતા , માણસાઈ , અને સાચી જિંદગી ની હકીકત રજુ કરે છે અને કોઈ પણ નાત , જાત ,પાત નો દુર્વ્યવહાર રાખ્યા વગર સૌ ને પોતાની મંજિલ તરફ પહોંચાડે છે ત્યારે મને પાછું મારા પ્રિય ગીત ની કડી યાદ આવે છે કે

"गाडी का नाम, ना कर बदनाम, पटरी पे रख के सर को,हिम्मत न हार, कर इंतजार, आ लौट जाए घर को,
ये रात जा रही है, वो सुबह आ रही है,गाडी बुला रही है, सीटी बजा रही है,चलना ही जिंदगी है, चलती ही जा रही है"!

આ હું લખતો ત્યાંજ મને ફોને આવ્યો કે "રાજુ તારી કથાઓ પુરી થઇ જાય તો તરત આપી જા, આપણે તેને જેને રૂપિયા આપ્યા છે તેના નામે છાપી નાખીએ! અને હા આમાં તને તારો હિસ્સો મળી જશે ! મને મન માં થયું કે મારી સાથે મુસાફરી કરનાર લોકો ની પોતાની મંજિલ છે પણ મારી ક્યાં છે ? મને મળશે કે પછી ગુમનામી રાજુ રંગીલા ની જેમ ગુમ થઈ જાશે સ્ટેશન આવી ગયું અને ફોન માં જવાબ આપી દીધો કે " મેં ટ્રેન ની સફર ની ટૂંકી વાર્તા ઓ લખી નાખી છે પણ શરત આટલી છે કે આ વખતે જો વળતર વધુ મળવું જોઈએ નામ નહિ મળે તો ચાલશે!

અને હા , એક મારા નામ સાથે પણ એક જ નકલ મારી ચોપડી પણ છાપજો જેથી ભવિષ્ય મા રાજુ રંગીલા ગુમનામી માં ના જીવે , અને તરત ચોપડી છાપનાર પ્રકાશક નો ફોન કપાઈ ગયો .."!રાજુ માટે આ નવું નહોતું પણ આ વખતે રાજુ મક્કમ હતો ,બસ એક વાર રાજીવ મહેતા નું નામ ગુમનામી માંથી બહાર આવું જોઈએ! , અને બસ તે પોતાની ગુમનામી દૂર કરવા સ્ટેશન ઉપર ઉતરી ગયો , ત્યાંજ મોબાઈલ ની રિંગ ટોન વાગી .

“सुन ये पैगाम, ये है संग्राम, जीवन नहीं है सपना
दरयिा को फा़ंद, पवर्त को चीर, काम है ये उसका अपना
नींदें उडा़ रही है, जागो जगा रही है, गाडी़ बुला रही है, सीटी बजा रही है,
चलना ही ज़दिंगी है, चलती ही जा रही है”!

4

અભણ

સવાર ના અચાનક નટવર હાંફળો ફાંફળો ઉઠ્યો તેને અચાનક હૃદયરોગના હુમલા નો વહેમ લાગ્યો કે આવ્યો? ખબર ના પડી, પણ સામાન્ય દાક્તરી ભાષા માં કહીએ તો હૃદયના કોઇ એક ભાગમાં રૂધિરના પુરવઠામાં વિક્ષેપ છે જેને કારણે હૃદયની કોશિકાઓ મૃત્યુ પામે છે. તે સામાન્ય રીતે હૃદયની ધમનીમાં અડચણ પેદા થવાને કારણે થાય છે તેને હૃદયરોગ નો હુમલો કહે છે . નટવર ને એમ કે હું ગયો!!!! , તેને થયું કે પત્ની ને ઉઠાડે પણ "ડોબી , અભણ અને ગંવાર ને અત્યારે નથી ઉઠાડવી તેમ વિચારી ને નટવર હરિ ધૂન ગાને લગા ,,,,,!!!!"

નટવર હવે સવાર નાજ પોતાની પત્ની કવિતા ને કીધા વગર જ દાક્તર સુભાષ દેસાઈ ને મળવા ગયો સુભાષ ભાઈ આમ તો નટવર ના ફેમિલી દાક્તર હતા અને સારા હૃદય ના સર્જન હતા ...નટવર એકદમ નિયમિત કસરત , હાલ વાનું , રાખતો પણ અચાનક શું થયું ??? નટવર વિચારમાં ડૂબી ગયો , પોતાની બે દીકરીઓ ના લગ્ન થ ઈ ગયા હતા અને નિયમિત સરકારી પેન્શન આવતું હતું એટલે કોઈ બીજી ચિંતા ન હતી કે કોઈ બાપડાનું દેવું ન હતું , તો પછી મને જ કેમ હૃદય માં દુખ્યું ???ક્યાં જન્મ નો બદલો લે છે ભગવાન??? આ બધું વિચારતા ક્યારે નટવર નો વારો આવ્યો ખબર ના પડી , ત્યાંની નર્સે નટવર ને બુમ પાડી ને કીધું અને નટવર જાગ્યો અને દેસાઈ ને મળવા

ગયો અંદર જઈ ને ખુરસી માં ફસડાઈ પડ્યો અને સુભાષભાઈ સમજી ગયા કે વાત ગંભીર છે ...

.સુભાષ ભાઈ એ વાત ની ત્વરા ને સમજી તરત જ ઈસી જી કરાવ્યો ... .અને નટવર ને પાણી આપીને ધીમા સ્વરે કહ્યું કે ,"નટવર જરાક ચિંતા ની જરૂર છે તારા હૃદય ની કોઈ નળી નબળી પડી છે અને તેને કારણે તને કદાચ સ્વાશ લેવા માં તકલીફ પડે છે અને હાંફી જવાય છે , બીજું કે ઉમર ની કારણે પણ શરીર સારવાર માંગી લે છે" . તું નાહક ગભરાતો નહિ આપણે આજથીજ તારી દવા ઓ ની શરૂવાત કરી દઈએ છીએ હા પણ તારે અમુક બાબત ની કાળજી રાખવી પડશે અને ખાસ કરી ને ખાન પાન માં , હું કવિતા ભાભી ને ફોન કરી ને કહી દઈશ!.....

આ વાત સાંભળી ને નટવર ઉભો થઈ ગયો," ના! ના ! કવિતા ને કેજો નહિ તેને ખબર નહિ પડે મારે જ તેને કહેવું પડશે" , સુભાસ ભાઈ મુંજાઈ ગયા , શું થયું અચાનક નટવર ને ? ઠીક છે બસ તુ જ કે જે અને સમજાવ જે કે શું ખાવું કે ના ખાવું ?? ઘરે આવીને નટવર ખુરશી ઉપર ફસડાઈ પડ્યો , તરત કવિતાને ધ્રાસકો પડ્યો અને પીવાનું પાણી લઇ આવી અને પૂછું કે શું થયું તમને ???

નટવર રાબેતા મુજબ પોતાની તંદ્રા માં હતો , તેને પોતાની જુવાની યાદ આવવી ગઈ , ભણી ને બેંક માં સારી નોકરી લાગી હતી અને તેને નોકરી કરતી અને ભણેલી કન્યા જોતી હતી પણ બાપ માં અને વડીલોની હાજરી માં નટવર કઈ બોલી શક્યો નહિ અને રૂપાળી પણ માત્ર ૨ ચોપડી ભણેલી કવિતા જોડે ફરજીયાત પરણી ગયો ....

નટવરે પોતાની ૩૫ વર્ષ ની નોકરી ના વર્ષો માં કવિતાને કયારે પણ બહારગામ ફરવા કે પોતાની સરકારી પાર્ટીઓમાં , પ્રસંગોમાં લઇ નહતો ગયો , ડો મિત્ર તેના આ વાત જાણતા હતા , તે ગણી વાર નટવર ને કહેતા કે ભણેલી કરતા અભણ સારી , કચ કચ ના કરે અને પડ્યો બોલ જીલે .

પણ નટવર ને કોણ સમજાવે હા ! તેને પોતાનો પતિ ધર્મ બરોબર નિભાવ્યો બે બાળકો ઉત્પન્ન કરી ને , તેમાં તે કોઈને દોષ આપી શકે તેમ નહતો !! બે દીકરીઓ એકદુમ કવિતા ઉપર ગઈ હતી બને ને સારી નટવરે ભણાવી અને પગભર કરી ને તે બને પોતાનની સાથે નોકરી કરતા મિત્રો સાથે ઠરીઠામ થઈ હતી અને બને બહાર ગામ હતી

, નટવર ને તેને તકલીફ આપવાની જરૂર લાગી નહિ આ થઈ તેને કોઈને જાણ કરી પોતાની બીમારીઓ ની ..... .

અચાનક નટવર ઉઠ્યો અને જોયું તો કવિતા સામે પાણી નો ગ્લાસ લઇ ને ઉભી હતી , તેને સામે જાતેજ પૂછ્યું કે સુ કેતા હતા સુભાષ ભાઈ ???. નટવર મુંજાયો , આને કેમ સમજાવું કે મને હૃદયની બીમારી છે , તો નટવરે વાત ની શરૂવાત કરી કે, "મને દિલ માં દુખાવો થાય છે એટલે ખાવા પીવામાં કાળજી રાખવી અને તેલ મસાલા વાડી કોઈ વસ્તુઓ ખાવાની નથી , માત્ર હલકા અને તરત પછી જાય તેવો ખોરાક લેવાનું કીધું છે ...."

કવિતા એ રાબેતા મુજબ મૂંઝવણ ભરી રીતે પોતાની હામી ભરી દીધી અને રાત થીજ હલકો ખોરાક અને પ્રવાહી વાળો ખોરાક આપવાનું શરૂ કરી દીધું , શરૂવાત માં નટવર ને જમવામાં મજા આવતી ન હતી પણ ધીમે ધીમે ભાવિ ગયું અને પરિણામે ૬ ,મહિના પછી તેના શરીર માં નવો દોરી સંચાર જોવામળ્યો .. શરીર માં નવું લોહી આવાનું સારી થયું અને નટવર ને પણ સુધારો થવા લાગ્યો ...

ડો. સુભાષ અચરજ ભરી નજરે નટવર સામે જોવા લાગ્યા અને કીધું કે નટવર આ તો ચમત્કાર છે મારી જિંદગીમાં આવા ચમત્કારો બહુ ઓછા જોવા મળે છે , તું એક્દુમ હિટ ને ફિટ થઈ ગયો ચો દોસ્ત !!નટવર ની આંખમાં આસું હતા અને મનોમન કવિતા ને વંદન કરવા લાગ્યો .... "મને તો એમ હતું કે તારા સ્વભાવ પ્રમાણે તું પરેજી નહિ પડે ને ,તારે ના છૂટકે એન્જીઓપ્લાસ્ટી કરાવી પડશે! મેં તો મારા એક જાણીતા દોસ્ત સર્જન ને જાણ પણ કરી હતી કે એક ઓપરેશન માટે તૈયાર રહેજો !

વાહ નટવર વાહ! બસ તું આ રેતી જો નિયમિત રહીશ તો તને કોઈ ડી તકલીફ નહિ થાય, હા !વૃદ્ધાવસ્થા ની તકલીફો થશે તેતો થયા કરે બાકી તું જસલા કર બસ નટવર હું બહુ રાજી થયો છું ....

નટવર તરત જ ઘરે દોડી ગયો ને કવિતાને રસોડામાંથી રીતસરની પોતાની મજબૂત બાહો માં ભીસી દીધી , કવિતા નવોઢા ની જેમ શરમાઈ ગઈ અને કહું કે આ શું કરો છો કોઈ જોશે તો ખરાબ લાગશે !!! નટવર કવિતા ના ચરણો માં પડી ગયો અને તેને પગે લાગવા માંડ્યો અને નાના બાળક ની જેમ રડવા લાગ્યો , કવિતા તો

જોઈ જ રહી અને કહું કે આ શું કરો છો મને પાપ લાગશે !! નટવર કરગરવા લાગ્યો અને કહું કે," મને તું માફ કરી દે કવિતા મેં તારી ડગલે અને પગલે ઉપે ક્ષા કરી , મારી દીકરીઓ અને જમાઈ ઓ ની હાજરી માં પણ તેને માન પાન આપ્યું નથી ,અને તે મને આજે મોત ના મુખ માંથી બચાવ્યો છે !!!

કવિતા એ કહું કે હું સુભાસભાઈ ને મળવા ગઈ હતી અને તમને શુ થયું છે તેની તપાસ કરી મારી રીતે અને આમાં કેવી કાળજી રખાવી જોઈએ તે પણ સમજી આવી ગઈ હતી અને મને આમાં આપણી બે દીકરીઓ ની મદદ મળી હતી તે મને રોજ ચોરી ચોરી ફોન કરતી હતી અને તમારી તબિયત ની પૂછા કરતી હતી , નટવર માટે આતો અણધાર્યો આંચકો હતો તેને થયું કે જો ધરતી માર્ગ આપે તો હું તેમાં સમાઈ જાવ ....

...મેં માનતા માની હતી કે તમે સજા થાશો તો આપણે બધા સહપરિવાર ચારધામ ની યાત્રા જાસુ , તમે મને લઇ જાસો ને યાત્રા એ ??? નટવર બાળક ની જેમ બાગો બની ને ડોકું હલાવ્યું અને મનો મન બોલ્યો કે અભણ કોણ છે ??? હું કે આ ગણેલી કવિતા?" ....કવિતા ફોને કરી ને બે દીકરીઓ અને જમાઈઓ ને ફોન કરીને ખુશ ખબર આપવા લાગી ....

5
જાન

હા, પણ હવે શું થશે મારું ? મનન સતત વિચારતો હતો ....મનન એક હોનહાર આઇટી ઈજનેર હતો , જરૂરિયાત પ્રમાણે નોકરી મળી પણ મન માનતું ન હતું , કારણ કે કામ ગધ્ધામજૂરી નું અને પગાર પ્રમાણ માં બકરી જેવો , ચિંતા ના કરો આખા દેશ માં અમુક ને બાદ કરતા તમામ ઇજનેરો ની આજ હાલત છે અરે કોઈક રીક્ષા તો કોઈક એમ્બુલેન્સ તો કોઈક ફરજીયાત નિશાળ માં શિક્ષક અને કોઈક શાક બકાલાના વેપારી છે અને કોઈક નો ધંધો છે તો કોઈક ક્લાર્ક છે ....મનન સતત આ વિચારીને ફરજીયાત નોકરી કરતો હતો , હતો એકદમ બોલ્ડ અને બોલકો એટલેજ તેને કોલ સેંટર માં જગ્યા મળી હતી ...

રોજ ફોન કરો , ફોન આવે તો એકદમ શાંત મગજે સામે વાળા ની મણ મણ ની સાંભળીને પણ જવાબ આપો ફરજીયાત ......

અચાનક એક ફોન આવે છે કે મને મદદ ની જરૂર છે ? શું તમે મારી મદદ કરી શકો છો ? મન તો માનતું ન હતું પણ મનન તૈયાર થયો સામે વાળાની વાતો સાંભળવા , અવાજ એકદમ મધુર હતો અને લાગતું હતું કોઈ ચિરયૌવના કોઈ નાજુક કોયલ ની જેમ ટહુકો કરતી હોય !!! અને ભાષા પણ એકદમ મધુર અને આહલાદક !!! એક એક શબ્દો માં વજન પડતું હતું ....હજી લગભગ કલાક જેવો સમય થયો હતો અને સામેવાળી એ ફોને કટ કરી નાખ્યો , કાલે પાછો કરીશ કહીને

?????? મનન તો નવયુવાન લોહી વાળો તો રાજી થયો પણ આ શું ?? તેને યાદ આવ્યું કે નામ તો પૂછવાનું ભુલાઈ ગયું અને ઉત્સાહ માં પોતાનું નામ જણાવી દીધું !!

લગભગ રોજ સાંજ ના સાત વાગ્યે મનન ને જાન નો ફોન આવતો અને જાન પણ બરોબર મનન ને એક એક વાતો પૂછતી હતી , રજે રજ ની માહિતી લેતી હતી , મનન પ્રેમાવેશ માં બધું બોલી દેતો હતો , તેમાં આ વાત પણ બોલી ગયો કે મને આ નોકરી માં મજા આવતી નથી , બીજી નોકરી અને સારા રૂપિયા મળતા હોય તેવું કામ શોધવું છે ... ઓફિસ માં પણ ખબર પડી ગઈ હતી કે મનન તો ગયો ભા આયા??

એક વાર હદ કરી નાખી મનને , જાન નો ફોન ના આવ્યો તો આખી ઓફિસ ને માથા ઉપર લીધી હતી , તેના બોસ મનન થી રાજી હતા એટલે લેટ ગો કરતા , તે પણ સમજીગયા કે હવે આ છોરો પ્રેમ માં પાગલ બની ગયો છે !!!

અચાનક શેરો શાયરી કરતો થયો અને લગર વગર બની ને મનન આવતો .... ગણી સ્ટાફ ની પ્રેમીભગ્ન છોકરીઓ હાય ભરતી કાસ્સ્સ!!!!! મનન મારી જિંદગી માં હોત તો !!!!છોકરાવો તો મજાક કરતા હતા પણ મનન ને કોઈ ફરક પડતો નહતો તે પોતાની શિફ્ટ પુરી કરીને સમયસર ઘર માટે નીકળી જાતો હતો ....

એવું તે શું બન્યું કે જાન નો ફોન આવતો બંધ થયો ??મનને સતત વિચાર્યું અને તેને પોતાની આઇટી સૂઝ કામે લગાડી અને ફોન નો નંબર ને ટ્રેશ કરવાનું શરુ કર્યું ....તો આ શું આ ફોન તો ભારત ના કટ્ટર પાડોશી દેશ માંથી આવતો હતો ....મનન સરખો મુંજાણો?તેને વિચાર કર્યો કે જે માહિતી તેને આપી હતી તેની કોઈ ગલત ઈરાદાથી ઉપયોગ ના કરે કારણ કે જાન જે હવે પુરુષ કે સ્ત્રી કે યૌવના ???મનન માટે કોયડો હતી , તેને મનન ને દરેક વખતે શહેરના જુદા જુદા ઇલાકા ના જાણીતા ભીડવાળા મોટા મોલ , મંદિર , મસ્જિદ , ગુરુદ્વારા , ચર્ચ ની માહિતી લીધી હતી , ભીડ કયારે કયારે અને ક્યાં ક્યાં સમયે હોય છે તેની પણ માહિતી લીધી હતી , શરૂવાત માં મનન ને પણ આની નવાઈ લાગતી હતી પણ પોતાના કામ થી બંધાયેલો હતો એટલે તેને જવાબ આપી દીધા ....

તે હજી વિચારતો હતો ત્યાંજ જાન નો ફોન મનન ના મોબાઈલ માં આવ્યો ...મનન ને નવાઈ લાગી નહિ કારણકે તેને ભાવાવેશ માં પોતાનો મોબાઈલ નંબર આપી દિધો હતો ....હાય જાન !મનન બોલ્યો મને તે ધોકા માં રાખ્યો કેમ ? તું ખરેખર સ્ત્રી છો , પુરુષ છો કે બીજું ?? મને ખબર પડી ગઈ છે કે તું ક્યાં થી અને ક્યાં દેશ માંથી બોલે છે ??

સામે પણ જવાબ આપવામાં તૈયાર હતી અજાણી વ્યક્તિ , અરે વાહ ??? મને ખબર હતી કે તું મને શોધિજ લઇશ , પણ તારી જાણકારી માટે તારા દરેક ડેટા જિંદગી ના ખરાબ કે સારા મને ખબર છે અને હું જો સાથ નહિ આપે તો તું જાનશ કે સોશિઅલ મીડિયા કેવું ભયાનક છે ???? મનન મુંજાણો , પોતાની અમુક ખાનગી વાતો પણ મનને કહી હતી , પરસેવાના ટીપા પડયા ????

મનન વિચારે તે પહેલા જ જાને કહું કે મારું એક કામ તુજ કરી શકે છે ,,,બસ એક વાર તું મને રૂબરૂ મળવા આવી જા , મનન મુંજાણો કે હું કેવી રીતે તારા દેશ માં આવી શકું ????જવાબ આપે તે પહેલા તેજ કીધું કે કાલે ૧૧ વાગ્યે હોટલ સેવરોન માં ટેબલ નં ૨ ઉપર આવી જજે , મારે ફોન કરવો ના પડે યાદ રાખજે ....તને જ નુકશાન છે એટલે મને ખબર છે મારી જાન મનન આવી જશે અને ફોન કટ થયો ....

બીજા દિવસે મનનં એકદમ મસ્ત બનીને ગયો કદાચ પાછો મેળ પડી જાય તો ??? પણ અંદર એક બીક પણ હતી કે શું કામ હશે ???

મનન એકદમ ૧૧ વાગ્યે પહોંચી ગયો અને જોયું તો આભોજ બની ગયો તેની એક સમય ની પ્રિય સખી સહેલી પ્રિયા ઉભી હતી અને મનન ને હાથ ઊંચો કરી ને પોતાની પાસે બોલાવતી હતી ....મનન પોતાના ભૂતકાળ માં ગયો , મનન અને પ્રિયા આજુબાજુ પાડોશી અને મિત્રો અને નાનપણ નો પ્રેમ હતો પણ મનન ને નોકરી ના મળી એટલે પ્રિયા નામનું પંખી ઉડી ગયું ફોરેન રીટર્ન સાથે અને મનન કબીર સિંહ અને દેવદાસ બની ગયો હતો અને એજ રંજ માં આ ટેલીકોલર નો નોકરી સ્વીકારી હતી અને અચાનક આ ફોરેન પંખી ભારત માં અને પાછો ફોન એવી રીતે કરતી કે જાણે કોઈ આંતકવાદી હોય , મનનને લાગ્યું કે કદાચ શું હું કોઈ હનીટ્રેપ માં ફસાયો છું ??ભર ઠંડકે ગરમી ને કારણે પરસેવો બાજ્યો ??

પ્રિયા દોડીને મનન ને બાજી પડી અને નાના છોકરાની જેમ રોવા લાગી ...આજુ બાજુ વાળા જોવા લાગ્યા અને મનન પણ બાગો બની ગયો અને પોતાના બે હાથ પ્રિયા ની મજબૂત બાહો માં ભેટી પડ્યો ...પ્રિયા !! આજુ બાજુ વાળા જોયે છે જરાક ખ્યાલ રાખ અને શાંતિ થી વાત કર મને શું થયું ???

પ્રિયા જરાક શોભ જનક પરિસ્થિતિ માં હતી એટલે પોતાની જાત ને સંભાળી ને મનન સાથે ટેબલ પાસે ગઈ ..... મનને સવાલો નો મારો કરી નાખ્યો અને પ્રિયા તેને જોવા લાગી અને તેનો હાથ મજબુતીથી પકડી રાખ્યો ..જયારે મનને બોલવાનું બંધ કર્યું એટલે પછી પ્રિયાએ પહેલા ખાવાનો ઓર્ડર આપ્યો , મનનં જોતો રહી ગયો પોતાની મનગમતી વાનગીઓને જોઈને અને વિચારવા લાગ્યો કે પ્રિયા ને બધું યાદ છે હજી .....

પ્રિયા મનન ની ભાવના સમજી ગઈ અને પોતાનું રહસ્યમય ચુપકીદી તોડી ને એકપછી એક સવાલો ના જવાબ આપવા લાગી અને કહ્યું કે ડોબા તને એટલી ખબર ના પડી કે હું તારા વગર રહી એક પણ મિનિટ રહી શક્તિ નં હતી તે ફોરેન જશે અને તને ભૂલી જશે ???? તો પછી પરણીશું કામ ???અરે હું પરણી જ નથી તે દિવસે મેં મને જોવા આવેલા છોકરાને કીધું જહતું કે હું કોઈ બીજા ને પ્રેમ કરું છું પણ પહેલા સારી નોકરી એ લાગે પછીજ લગ્ન કરીશ.

આ વાત સાંભળી ને મનનં ઉછળ્યો અને કીધું તો કંકોત્રી ??અરે ડોબા એ તો ફોટો શોપ વાળી બનાવી ને તને મોકલાવી હતી અને તારા ને મારા માં બાપ ને મેં જણાવી દીધું હતું કે બસ જોયા કરજો ..મનન ની દયા ખાજો નહિ અને મારી વાત કરતા નહિ .....અરે તને ખબર છે હું પાગલ જેવો બની ગયો હતો અને હા એક વાત સારી હતી કે મેં શરાબ ને હાથ અડાડ્યો ના હતો , બાકી તો .....હાહાહાહા પ્રિયા ને મજા આવતી હતી .

મનન ની વાતો અને તેવો ચહેરો અને તેને કહ્યું કે અરે મનનં તે જોયું હોય તો એના (તારા } મોઢા ઉપરથી માખ ન ઊડે તેવો બની ગયો હતો પ્રિયા મનોમન બોલી અને હસી પડી ......,,,,,હા! હું બધું તારી રજે રજ ની માહિતી લેતી હતી મારી સહેલી મધુ પાસેથી વિડિઓ જોઈને ......પછી મને ખબર પડે કે તે નોકરી સ્વીકારી લીધી છે એટલે

મારી એક મિત્ર ના સીમકાર્ડ ઉપરથી તને ખોટા ખોટા ફોને કરતી હતી અને તારી પાસેથી વાતો કઢાવતી હતી , મને મજા આવતી હતી અને પછી જરાક વાત વધી એટલે તને અહીં બોલાવ્યો , અને તું યાદ કર તું મને ક્યાં નામથી બોલાવતો હતો પ્રેમથી ....મનન ને ગોગા અવાજે કહ્યું કે જાન ..હો મારી ટ્યૂબ લાઈટ કેમ ના થઈ??

તો પછી આ જાન ને હવે વાગતે ગાજતે જાન માં આવીને કયારે લઇ જાસ? મનન પાછો મુંજાણો ..જાન માં , ઘર તો બાજુ માં છે તો ....અરે મારા મૂર્ખ સરદાર !! પ્રિયા એ અસલ ગુજરાતી લહેકા માં કીધું કે મને એક મોટી કંપની માં નોકરી મળી ગઈ છે એટલે હું બીજા શહેર માં છું અને મારા પરિવાર સાથે એટલેજ તને કહું છું કે જલ્દી ઘરે ફોને કર અને મમી પાપા ને કહે કે તારી જાન મળી ગઈ છે અને હા તને પણ મારી જ કંપની માં મોટા પગાર ની ઓફર છે જો તને મંજુર હોય તો , તો પછી લગ્ન પછી ગામ માંજ પિયર અને ગામ માંજ સાસરું ....આજુબાજુ સંગીત ગુંજી ઉઠ્યું ....

6
નવી સવાર

મમ્મી, શેમ્પૂ. મમ્મી, મારા માટે નહાવાનો સાબુ. દેવેશિ સાબુ વાપરતી ,બાથક્રીમ વાપરતી. ,ચોકલેટ્સ પણ જુદી....હવેશું લેવાનું હતું ?, કશાની જરૂર પડશે નહીં. કાલ નિ રોટલિ પડિ છે જેને ઓવન મા ગરમ કરિ લઇશ, એ શાકભાજીલેવા માટે વળી ત્યારે પણ એવું જ થયું હતું. દેવેશિને આ શાક ભાવશે? આ દિવસોમાં એણે નિરાંતે વ્યવસ્થિત રીતે કોઈવાનગી બનાવી હોય એવું પણ યાદ આવતું નહોતું.

બિનિતા લગભગ ખાલી ખાલિ ધકેલાતી રહી હતી. આસપાસ ફરતાંબીજા લોકો દોડી દોડીને ફટાફટ જરૂરી ચીજો ઉપાડતાં જતાં હતાં.. બિનિતા એ લોકોને આશ્ચર્યથી જોઈ રહી હતી. આટલીબધી ચીજોનું શું કરશે? પછી યાદ આવ્યુ હતું - હજી થોડા દિવસ પહેલાં એ પોતે પણ આવી રીતે જ ફટાફટ વસ્તુઓનીખરીદી કરતી હતી. હવે ,બિનિતા મોલ માંથી બહાર આવી ગઈ હતી.

ઘર સુધી પહોંચી તે આખો રસ્તો સાવ એકધ્યાનપણે જ પસાર કર્યો હતો. બધું જ યંત્રવત થતું રહ્યું હતું. પર્સમાંથી ચાવી બહાર કાઢીને તાળામાં ખોસી ત્યારે પણ એગેરહાજર જ હતી. હવે તાળું ઊઘડી ગયું છે. એ બહાર ઊભી રહી છે. ઘરમાં દાખલ થવાની ઇચ્છા ન થઈ. થયું, ક્યાંકપાછી ચાલી જાય. કોઈ એવી જગ્યાએ, જ્યાં લોકોની ભીડ હોય. એ લોકો હસતા હોય, અવાજ કરતાં હોય, દિવસ પુરો થઈગયો હતો અને સાંજનું અજવાળું પણ ઓસરવા લાગ્યું હતું. ઓફિસમાં પણ સમય

થઈ ગયો હોવા છતાં એ જરા વધારે બેઠી હતી. કંઈ કામ નહોતું છતાં રહી હતી. લોકો ચાલ્યા ગયા હતા એમનાં ઘર તરફ. એ બધાનાં ઘર ખાલી નહીં હોય.

ત્યાં ઘરનાં લોકો એમની રાહ જોતાં હતાં. માત્ર બિનિતાની હવે કોઈ રાહ જોતું નહોતું. એ ઘેર મોડી આવે કે પાછી જ ન ફરેકશો જ ફરક પડવાનો નહોતો.ઠંડી હવા ફૂંકાઈ. બિનિતાએ પાછળ જોયું. થોડા પાંદડાં ઊડ્યાં હતાં. કદાચ થોડાં પાંદડાં તેવખતે જ ખર્યા હતાં.બિનિતાનાં ઘર સામેના ઘાસના લાંબાં ટુકડા પર એક વૃક્ષ ઊગ્યું હતું.

એ વૃક્ષને બિનિતાએ વર્ષોથી જોયું છે. ઓળખવાહવે લાગી છે. એ વૃક્ષ પણ એકલું ઊભું છે. એનાં પાંદડાંનો રંગ કથ્થાઈ થઈ ગયો છે. થોડા દિવસો પહેલાં અહીંની વસંતઋતુમાં આખું વૃક્ષ લીલું હતું. હવે એનાં પાંદડાં અંદરથી જ સુકાવા લાગ્યા છે. રંગ બદલી ગયો છે. અંદરની રૂક્ષતા બહારઆવી ગઈ છેપ્રખર શિયાળાની લાંબી લાંબી રાતો...બિનિતા ધ્રુજી ઊઠી. એની અંદરની લાગણિ પણ જાણે બહાર આવીગઈ છે. અંધારું બહુ વહેલું ઊતરી આવશે. બપોર જેવું કશું જ રહેશે નહીં,બિનિતાને પહેલી વાર શિયાળાનો ડર લાગ્યો.

પહેલાં તો એ શિયાળા વિશે સભાન પણ રહેતી નહોતી. એને શરૂઆતથી જ શિયાળો વધારે ગમતો. એ લગ્ન પછીનાંશરૂઆતનાં વર્ષો હતાં.કુશાગ્ર જલદી ઘેર પાછો આવી જતો. બિનિતા સાંજનું કામ આટોપતી હોય અનેકુશાગ્ર સતતઉતાવળ કર્યા કરતો. એ બિનિતાને રસોડામાંથી જલદી બહાર ખેંચી આવતો..કુશાગ્ર લાઈટ મંદ કરી નાખતો. આખો રૂમતાપણાની જ્વાળામાં થરકતો રહેતો.કુશાગ્ર બિનિતાના વાળ ખોલી નાખતો. લાંબાં અને સુવાળા વાળ બિનિતાના ખભાપર પથરાઈ જતા.કુશાગ્ર બિનિતાને વાળ કાપવા આપતો નહીં. બિનિતાના વાળકુશાગ્ર ની છાતી પર ફેલાઇ જતાં.

એદિવસોમાં જ ડોક્ટરે સારા સમાચાર આપ્યા હતા અંદર થરકાટ વધવા લાગ્યો હતો. બિનિતાએ નોકરી છોડી દીધી હતીઅને ઘરમાં જ ફરવા લાગી હતી.કુશાગ્ર ઘરમાં ન હોય ત્યારે પણ એ દિવસોમાં બિનિતા એકલી પડી જતી નહીં. એનીઅંદર જાણે આખો સંસાર એના ઉદરમાં ધૂમરાતો રહેતો હતો. એ વાતો કરતી રહેતી .આવનારા દિવસો

વિશે અંદરના શિશુ સાથે. એ દિવસોમાં બહારની કોઈ જ %તુનું કોઈ જ મહત્વ રહ્યું નહોતું. એની અંદરઊજળા તડકાવાળા દિવસો ઊગ્યા હતા. ત્યાં ક્યારેય રાત પડતી નહોતી. ત્યાં ક્યારેય ઠંડી લાગવી જોઈએ નહીં. બિનિતા

સ્વેટર ગૂંથ્યા કરતી હતી. એ ઊનની ગરમી ભર્યા દિવસો હતા.એક સાંજે અચાનક હોસ્પિટલ જવું પડ્યું હતું-કુશાગ્ર ગભરાઈ ગયો હતો. એનું મોઢું જોઈને પીડાની વચ્ચે પણ બિનિતાનેહસવું આવી ગયું હતું. મોડી રાતે દેવેશિ જન્મી હતી. એ દિવસોમાં પણ શિયાળો અખરતો નહોતો - દેવેશિ બાર વર્ષનીથઈ ત્યાં સુધી બહાર જોવાનો વખત જ ક્યાં મળતો હતો ! દુધનિ બોટલ, , નાઈટડ્રેસ, બાળોતિયા ની જોડ, હાલરડાં, ઉજાગરા. એ ચિલ્ડ્રન્સ પાર્કમાં હીંચકા ઝુલાવતી અને ત્યારે એક દિવસ એને ખબર પડી હતી કે આ બધાની વચ્ચેકુશાગ્રપાર્કની બહાર જ ઊભો રહ્યો છે.

એ કુશાગ્ર ને બોલાવતી, પણ એ પાસે આવતો નહીં. ફરતો ફરતો બાજુમાં આવેલી ટેકરીપર એકલો ચાલ્યો જતો અથવા તો જરા દૂર આવેલા ઓકના ઝાડ નીચે ઊભો ઊભો સિગારેટ ફૂંક્યા કરતોદેખાતો.બિનિતા હવે સમજી શકે છે - એ દિવસોમાં જ પાંદડાંનો રંગ બદલવા લાગ્યો હતો અને તેની અંદર સંતાયેલો કથાઈ રંગ બિનિતાને દેખાવા લાગ્યો હતો.

કુશાગ્ર ની આંખોમાં પણ જાણે પાનખર ભરાવા લાગી હતી. એ સાંજે મોડોઆવવા લાગ્યો હતો. ઘેર આવે ત્યારે દીકરી ઊંઘી ગઈ હોય.કુશાગ્ર માંથી પબની એકલતાની ગંધ ઊઠવા લાગી હતી.બિનિતાને લાગતું હતું કે કોઈ અનિષ્ટ ઝડપથી ધસમસતું આવી રહ્યું છે. કુશાગ્ર ઘર છોડી દીધું ત્યારે પહેલી વારબિનિતાને શિયાળાની ઠંડી રાતો લાંબી લાગવા માંડી હતી. હવેની વાત જુદી છે. હવે એ બંને પણ ઘરમાં નહીં હોય.

બારીના કાચ પરથી ભેજના રેલા નીચે ઊતરતા રહેશે અને બિનિતાને ઊંઘ નહીં આવે.એ એકાએક સભાન થઈ ઊઠી. એહજી પણ ઘરની બહાર જ ઊભી હતી. ઘરનો દરવાજો આપમેળે જરા ઊઘડી ગયો હતો. બિનિતા નક્કી કરી શકી નહીં -જરા ઊઘડેલો દરવાજો ઉઘાડવાનો હતો કે બંધ કરવાનો હતો ? બિનિતાએ નાછૂટકે ઘરમાં પગ

મૂક્યો.

આખું ઘર ખાવા ધસ્યું. એ જાણે ઘરમાં નહીં, કોઈ પોલાણમાં પ્રવેશી છે. કાન પર ખાલીપો અથડાયો, આંખો પર અંધારું.આખો દિવસ બંધ અને ખાલી રહેલા ઘરમાં થડકાવી દે તેવી ઠંડક હતી. બારીઓ પર પરદા ઢાંકેલા હતા. બિનિતાએલાઈટ કરી. આખા દિવસ દરમિયાન ઘરમાં કશું જ બન્યું નહીં હોય. બધી જ ચીજવસ્તુઓ જ્યાં હતી ત્યાં જ પડી હતી -એમ ને એમ. ત્યાં કોઈનો સ્પર્શ થયો નહોતો. કોઈ હલનચલન નહીં, કશો જ અવાજ નહીં. ડ્રોઈંગરૂમમાં આવી સોફા પર

ફસડાઈ હોય તેમ બે ઠી. થાક લાગ્યો હતો. શરીર શિથિલ થઈ ગયું હતું. એવું કેમ થયું? આજે ઓફિસમાં પણ બહુ કામ કર્યુંનહોતું, ઘરમાં તો કશું કરવાનું પણ નહોતું તેમ છતાં આટલો બધો થાક? એની તાજગી અને સ્ફૂર્તિ જાણે ઓગળી ગયાંહતાં. આટલાં બધાં વર્ષોની દોડધામનો થાક તો નહીં લાગતો હોય ને? આ પહેલાં તો એવું થતું નહોતું.

બિનિતા આંખો બંધકરીને પડી રહી. કાનમાં પડઘા ઊઠતા હતા અને આંખોની અંદર પડછાયા સળવળતા હતા. આખા ઘરમાં સોપો પડીગયો હતો. બિનિતાએ બંધ આંખે વીતેલા દિવસો તરફ નજર ફેરવી. એ વહેલી સવારે ઊઠી જતી અને તે સાથે જ એનીદોડાદોડી શરૂ થઈ જતી. દેવેશિ સ્કૂલ જવા લાગી ત્યાર પછી એણે ફરીથી નોકરી શરૂ કરી હતી. સવારનો નાસ્તો,દેવેશિને તૈયાર કરીને સ્કૂલ મૂકવાની, લંચ તૈયાર કરવાનું, પોતે તૈયાર થવાનું... એ દરરોજ દોડતી દોડતી ઓફિસ જવામાટે નીકળતી. ઘણી વાર એવું પણ બનતું કે એ ચાલતી બસ માં જ સેંડવિચ ગળામાં ઉતારતી જતી.

કુશાગ્ર હતો ત્યાંસુધી એની તૈયારીમાં પણ સમય આપવો પડતો. એ મોટાભાગે તો ગુસ્સો જ કરતો હોય. એના વિશેની દરેક અગવડ માટેએ બિનિતાને દોષ આપ્યા કરતો.સાંજે ઘેર આવે ત્યારે દીકરી એને કપડાં પણ બદલવા દેતી નહીં.. આખું ઘર વેરવિખેરપડ્યું હોય. કેટલીય ચીજો આડીઅવળી પડી હોય. દેવેશિ નાં બૂટ-ચંપલ પગમાં અથડાય. સ્કૂલ બેગ અને કપડાં પલંગપર ફેંકેલા દેખાય. સોફા પર પણ કેટલીય ચીજો પડી હોય.

ડાઈનિંગ ટેબલ પર એઠી પ્લેટ્સ પડી હોય. દેવેશિ ની વયનીસાથે કામ પણ વધતું ગયું.બિનિતા જાણે અલગ અલગ દિશામાં ખેંચાતી

રહી હતી. બધાંની વચ્ચેકુશાગ્ર એની તંગ મુદ્રામાં સતત ફરિયાદ કરતોઊભો હોય. બિનિતા લાચાર નજરેકુશાગ્ર ને દૂર ને દૂર સરકતો જોઈ રહી હતી. એ કહું જ કરી શકી નહોતી. એકુશાગ્ર નેસમજાવી પણ શકી નહોતી. નિરજે સતત પોતાની અવહેલના થતી હોય તેવું જ અનુભવ્યું હશે. સતત તાણમાં જીવતીબિનિતા ક્યારેક જીવ પર આવી જતી અને એને બધું જ છોડીને ક્યાંક નાસી જવાની ઈચ્છા થઈ આવતી. એ ક્યાંય જઈશકી નહીં. માત્રકુશાગ્ર ચાલ્યો ગયો. બધું જ બિનિતા પર ફેંકીને. બિનિતા બોજ નીચે કચડાતી રહી. એની પાસે જાણેવેદના અને એકલતા અનુભવવાનો પણ સમય નહોતો.હવે?કશું જ નહોતું. ઘર ચૂપ અને નિઃસ્તબ્ધ હતું. અત્યારે પણબિનિતાનો શ્વાસ જોરજોરથી ઊછળતો હતો.

એકાએક એને લાગ્યું કે બંને અહીં જ છે. ક્યાંક સંતાઈને બેઠી છે. કોઈ પણક્ષણે ઊછળીને બહાર આવશે અને બિનિતાને પોતાની તરફ ખેંચવા લાગશે. ઘર જાતજાતનાં અવાજોથી ઊભરાઈ જશે. બિનિતાચારે તરફ જોવા લાગી. કશું જ બન્યું નહોતું. બધું જ ચૂપ અને ખામોશ હતું.. બિનિતા ઊભી થઈ ગઈ. આટલીબધી ખામોશી સહન કરી શકય તેમ નથી. એના કાનમાં જાણે કશુંક ખૂંચે છે. આટલા વર્ષો જે ઘોંઘાટ જેવું લાગતું હતું તેબધાને હવે તે ઝંખવા લાગી છે.

આ તો હજી શરૂઆત છે. એની દીકરી પહેલી વાર બીજા શહેરની યુનિવર્સિટીમાં ભણવામાટે ગઈ છે. અઢાર વર્ષની દેવેશિ થોડાં વર્ષો પછી તો પરણી જશે અને કાયમને માટે એમના પતિ સાથે રહેવા માટેચાલી જશે. અત્યારે તો હજી પણ વેકેશનમાં થોડાં દિવસો માટે ઘેર આવશે, પણ લગ્ન પછી તો.ઘરમાંથી ચાલ્યા જવાનો નિર્ણય કુશાગ્ર નો હતો. એણે પણ છુટાછેડા માટે પ્રયત્ન કર્યો નથી."*એ શા માટે ચાલ્યો ગયો?'*ખબર નહીં, કદાચ એનેએવું લાગ્યું હશે કે હું એના તરફ પૂરતુ ધ્યાન આપતી નથી. હું મારી દેવેશિની પાછળ એટલી બધી જોડાઈ ગઈ હતી કે..."બિનિતા શૂન્યમાં તાકતી જોઈ રહી હતી "બિનિતા માટે આ બધી વાતો નવી નહોતી, છતાં એવાં સત્યોની સાથે પોતાનેજોડી શકે તેમ નહોતી. એકુશાગ્ર વિશે વિચારવા લાગી હતી.

છ વર્ષ થઈ ગયાં છે. બે ત્રણ વાર ઘેર પણ આવી ગયો છે. દેવેશિ સાથે વાતો કરવા ફોન પણ કરી લે છે. એ એકલો જરહે છે. કદાચ

એ પોતાની રીતે પોતાનું સુખ શોધવાનો પ્રયત્ન કરે છે. એના વિશે બિનિતાની પીડા ઓછી થઈ નથી, છતાંએના પર ગુસ્સો આવતો નથી. એકુશાગ્ર નાં નિર્ણય સાથે સંમત થઈ શકી નથી.

એ ચાલ્યો ગયો ત્યારે દેવેશિ સમજુ થઈગઈ હતી, છતાં એમની સાથે બિનિતાકુશાગ્ર નાં નિર્ણય અંગે ક્યારેય ખૂલીને ચર્ચા કરી શકી નહોતી.કુશાગ્ર જાણે એનીનિષ્ફળતા હતો. શરૂઆતના સંબંધોને એ એટલી બધી સરળતાથી અને જલદી ભૂલી શક્યો હશે? એ એટલો બધો તો રૂક્ષનહોતો. લગ્ન પછીના આરંભનાં વર્ષોમાં તો એવો લાગતો નહોતો છતાં?ફોનની ઘંટડી વાગી. બિનિતા ચમકી ગઈ.ખામોશ ઘરમાં ઘંટડીનો અવાજ પણ આગંતુક જેવો લાગે છે.

કદાચકુશાગ્ર નો ફોન તો નથી ને, વિચારિ ને ફોન ને કાનઉપર લગાડયો, એ ફોન પાસે ગઈ. માં...!" દેવેશિનો અવાજ સંભળાયો.'દેવેશિ !, કેમ છો?''બરોબર અને ફાવિ ગયુંછે....!? તું શું કરે છે?' બિનિતાએ ઘરનાં એકાંત પર નજર ફેરવી.'હમણાં જ ઓફિસેથી આવી. કપડાં બદલવા જતીહતી."*માં ! બધુ બરોબર તો છે ને? ક્યાંક પપ્પા નો વિચાર તો નથી આવ્યો ને??'*હા...કેમ?" બિનિતાએ ગળુંખંખેર્યું.'તારો અવાજ...તું રડે છે, માં"*ના...હું રડતી નથી. તને બહુ જ યાદ કરું છું. વાતો થઈ. સારૂં લાગ્યું. બિનિતાએ રિસીવર મૂક્યું.દૂર ગયા પછી દેવેશિ સમજદાર થઈ ગઈ છે.

કદાચ આ વર્ષોમાં બધું જ સમજતી હશે. ક્યારેય પણ કશું કહ્યું નથી. હવેએ પણ બિનિતાને ઘરમાં એકલી ફરતી જોઈ શક્તી હશે. બિનિતા કપડાં બદલવા લાગી. દેવેશિ નાં રૂમમાં જઈ આવી.બધું એવું ને એવું જ હતું. એમના પલંગ, વોર્ડરોબ, ટેબલ, અરીસો, દીવાલ પર ચોટાડેલા ચિત્રો. બધું જ વ્યવસ્થિત રીતેગોઠવાયેલું હતું. બિનિતાને આ રૂમની વ્યવસ્થા જોવી ગમી નહીં. એ નીચે ઊતરી આવી.ઉપરની પાળી પર એક ફ્રેમમાંએનો અનેકુશાગ્ર નો ફોટો પડ્યો હતો. વર્ષોથી. બિનિતાએ એ ફોટો ત્યાંથી ખસાવ્યો નહોતો. કશો જ ફરક પડતો નહોતો.ફોટો આડો આવતો નહોતો. કાશ! ફોટા માંથી કુશાગ્ર બોલે અને પાછો આવી જાય .....

તેમાં બિનિતાનો એક સમય અકબંધપડ્યો હતો અને બિનિતા તેને સાચવી રાખવા માગતી હતી. એક જૂની બિનિતા, એક જૂનોકુશાગ્ર

. પાછળ વળીને જોયું તોકુશાગ્ર નીચું માથુ રાખીને એક બાજુ ઉભો હતો અને બિનિતા ની જાણે માફિ માગતો હોય તેમ આંખ મા પાણિ સાથેબિનિતા ને પોતાનિ મજબુત છાતિ મા સમાવિ લેવા આતુર હતો અને બિનિતા નવિ નવેલિ પ્રેમિકા ની જેમ તરત દોડિ ને તેનિ મજબુત બાંહો મા સમાઇ ગઇ અને આખા ઘરની એક્લતા પળ વાર મા દુર થઇ ગઇ. છ વર્ષ નો વનવાશ દુર થયો અને બિનિતા તરત દેવેશિ ને ફોન જોડિ ને આ ખુસખબર આપવા દોડિ ગઇ.. જાણે પાછી નવી સવાર શિયાળા ની સવાર થઇ હોય...............

Printed by Libri Plureos GmbH in Hamburg,
Germany